HOÀNG HÔN

HOÀNG HÔN
- THƠ -
LÂM HOÀNG MẠNH & CHU MINH HẠNH

Bìa: Uyên Nguyên Trần Triết
Dàn trang: Công Nguyễn

NHÂN ẢNH xuất bản **2023**
ISBN: 978-1-0882-0020-9

Copyright@Lâm Hoàng Mạnh - Chu Minh Hạnh

LÂM HOÀNG MẠNH
&
CHU MINH HẠNH

HOÀNG HÔN

Thơ

NHÂN ẢNH 2023

LỜI NÓI ĐẦU

Từ ngày 30-4-1975 đến nay, VNCH sụp đổ gần tròn 50 năm, nước Việt Nam đã thống nhất, quy về một mối dưới sự cai trị của chế độ cộng sản, cũng từ ngày ấy người Việt và những người nói tiếng Việt rời mảnh đất hình chữ S sống, làm việc rải rác hơn 90 quốc gia trên thế giới, -theo con số thống kê không chính thức -sấp xỉ 4 triệu người.

Số người Việt và người nói tiếng Việt bỏ nước ra đi do những nguyên nhân sau:

1- Sĩ quan, binh lính, cán bộ công nhân viên chức và người dân sống làm việc dưới chế độ VNCH sợ chính quyền cộng sản trả thù.

2- Người Việt gốc Hoa và gia đình, sinh ra và lớn lên nhiều đời ở Việt Nam bị chế độ cộng sản Việt Nam bài xích, xua đuổi, tống ra biển Đông sau khi cuộc chiến tranh biên giới Việt Trung ngày 17-2-1979 xảy ra.

3- Người Việt đi xuất khẩu lao động (chính ngạch) do nhà nước CHXNCNVN chủ trương từ năm 1980, sinh viên du học trốn ở lại sau khi Liên Xô và khối cộng sản Đông Âu sụp đổ năm 1990...

4- Người Việt trong nước thực hiện chủ trương "đi tắt đón đầu, làm giàu thật nhanh" của nhà nước CHXNCH đề ra, họ "tự xuất khẩu lao động" (ngoại ngạch) bằng con đường chui lậu, sống bất hợp pháp ở nước ngoài, lớp người này được mệnh danh Người Rơm.

5- Phụ nữ Việt lấy chồng Hàn quốc, Đài Loan, Trung Quốc….

Chúng tôi là một trong số gần 1 triệu người Việt gốc Hoa hay còn có biệt danh "Người nói tiếng Việt" vì thực tế chúng tôi không có tổ quốc. Ở Việt Nam người ta gọi chúng tôi là người Hoa, Ba Tầu, chú Khách, có người khinh miệt gọi chúng tôi là Khựa, Tẩu. Hồi hương về Trung Quốc, quê hương ông nội, dân bản xứ gọi chúng tôi Zịt Nàm nhằn (người Việt Nam), họ không coi chúng tôi là người Trung Quốc, cùng dòng máu Trung Hoa chảy trong huyết quản. Số phận của chúng tôi không tổ quốc, không quê hương, ê chề là như vậy.

Không ai có thể tự lựa chọn nơi mình sinh ra trong gia đình nào, dân tộc nào, vì thế những người mang hai dòng máu Trung -Việt, Việt-Mỹ, Việt-Nga, Việt - Pháp, Việt - Hàn, Việt- Đài vv… không có tội, họ phải được đối xử công bằng, bình đẳng, họ không phải là công dân hạng 2 hay hạng 3, mà là con Người theo đúng nghĩa của nó. Vượt qua thành kiến, chúng tôi đã đứng lên, tự khẳng định số phận bình đẳng như mọi dân tộc khác, nhiều gia đình con cháu chúng tôi đã thành đạt ở xứ sở tha phương này.

Là Thuyền nhân sống ở Vương quốc Anh đã trên 43 năm, chúng tôi sống và làm việc như thế nào, ra sao khi đến định cư với 4 con số 0 tròn trĩnh trong tay: Không một xu dính túi; Không nghề nghiệp; Ngôn ngữ bất đồng và Vô gia cư, chắc nhiều người trong nước và hải ngoại cũng muốn tìm hiểu chúng tôi đã vượt qua những tháng năm đầy gian nan ra sao.

Tập thơ của Lâm Hoàng Mạnh và Chu Minh Hạnh phác họa đôi nét về cuộc sống đời thường của thế hệ thứ nhất người Việt gốc Hoa mà chúng tôi từng tự trào "Người Việt gốc Tầu thuyền, Tầu bay",- nay ở "tuổi già non thế kỷ, lưng còng uốn nặng kiếp long đong" , định cư tại xứ sở - "sương sương rơi dày đặc, che kín cả tầm nhìn" - nét đặc trưng mà ai nhắc đến đều hiểu, đó là Vương quốc Anh.

Thông thường tập thơ của hai tác giả chia làm hai phần riêng biệt, nhưng trong tập thơ này, chúng tôi sử dụng lời thơ đối thoại xen kẽ Dân ca quan họ Bắc Ninh của các nền anh nền chị trong ngày Hội Lim, nhưng ở đây chúng tôi thử ứng dụng theo lối mới "thơ ca quan họ xứ Sương mù", khẩu vị hoàn toàn mới và lạ. Trong Đài phát thanh truyền hình của Việt Nam có chương trình "Trời sinh một cặp", gồm một ca sĩ và một nhạc sĩ kết đôi trong chương trình thi. Giọng ca của ca sĩ phải hài hòa với giai điệu phối âm của nhạc sĩ, cặp đôi nào hoàn hảo nhất sẽ thắng cuộc. Cặp đôi Lâm Hoàng Mạnh và Chu Minh Hạnh cũng tự thử nghiệm chương trình giải trí theo cách đó. Tôi -Lâm Hoàng Mạnh- chỉ là một nhạc công đệm cho tiếng tơ lòng của người phụ nữ tha phương Chu Minh Hạnh thêm thiết tha, mượt mà. Vần thơ của Lâm Hoàng Mạnh và Chu Minh Hạnh không ghi thời gian trừ những bài viết về đại dịch Cô Vy.

Chúng tôi xin trân trọng giới thiệu với bạn đọc tập thơ HOÀNG HÔN, hy vọng góp vui với những người lớn tuổi như chúng tôi - tỷ phú thời gian thời đại @ còng- trong nắng chiều tà của cuộc đời và với bạn đọc trẻ thích khám phá.

Lâm Hoàng Mạnh & Chu Minh Hạnh
Kinh thành Luân Đôn mùa hè 2023

Lý Do Tỵ Nạn Vương Quốc Anh

Rời biển quê hương tôi tới đây
Vượt đèo, vượt suối, vượt ngàn cây
Rừng vàng đã gọi lòng tôi đó
Biển bạc rời xa đến đất này
LHM

Ngày xưa bỏ biển lên rừng
Ngày nay anh lại bỏ rừng sang đây
CMH

Anh là người Việt gốc Hoa
LHM

A ha, hóa ra anh giống ta
Đã là người Việt gốc Hoa
Bỏ rừng, bỏ biển quê nhà sang đây
May sao cuộc sống đủ đầy
Bù cho nỗi khổ những ngày tha phương.

Vương quốc Anh 1980
Lâm Hoàng Mạnh - Chu Minh Hạnh

ÔN CỐ TRI TÂN

Nơi ta sinh ra ta lại phải rời xa
Nơi ta sợ hãi lại đón ta nồng ấm!

Phao số Không!
    Phao số Không!
Phía sau là Việt Nam
    Phía trước biển cả
        mênh mông
Chúng tôi
    người Việt gốc Hoa
        thường dân vô tội
Bị chính quyền cộng sản Việt Nam
    bài xích
      xua đuổi,
        tống ra biển Đông
Trên những con thuyền rách nát
Tài sản: những túi đen, túi xách
    và
      đàn con thơ

        ngơ ngác

Trăm mối lo.
  vạn mối sầu....
    suy nghĩ
      mông lung
        không biết sẽ đi về đâu
Giữa trời mây biển rộng bao la
Thuyền nhấp nhô
       trong màu xanh da diết
Nhớ muôn đời
       nỗi đau đớn lúc lìa xa
Từ giờ phút này
    không cửa
      không nhà
        không tổ quốc,
         không tiền
          vô gia cư
           ngôn ngữ bất đồng

Tất cả là con số 0
                 tròn trĩnh
Tài sản duy nhất có trong tay
Đến một nơi hoàn toàn xa lạ
Đất nước sương mù quanh năm bao phủ
Khác màu da
                nhưng thấm đậm tình người
Giang rộng đôi tay
                    chào đón chúng tôi
Từ đó đến nay
             43 năm
                 một nửa cuộc đời
Vương Quốc Anh!
            Vương Quốc Anh!
Mảnh đất đã hồi sinh
                 nuôi dưỡng chúng tôi
Cảm ơn NGƯỜI - dân địa phương
Cảm ơn mảnh đất thân thương
Yêu muôn đời
              Vương quốc Anh yêu thương

Nhớ khi xưa
   Chúng tôi vừa mịt mù
      câm điếc
Đâu có hiểu gì về Vương quốc Anh
Sự hiểu biết mù mờ
   qua trang sách,
      những bức tranh
Xứ sở sương mù
   bao phủ quanh năm
Chỉ nghe thôi đã thấy âm u
   rờn rợn
Vậy mà cuộc đời
   như đảo lộn
Nơi ta sinh ra
   ta lại phải rời xa
Nơi ta sợ hãi
   lại đón ta nồng ấm

Khi chiếc thuyền con bập bềnh vỗ sóng
Vượt biển khơi tìm tự do
        và
                quyền sống của con Người
Cho hôm nay
        cho suốt cả cuộc đời
                mai sau nữa…
Chuyện vượt biển
        kinh hoàng như truyền thuyết
Mà có thật trong thế kỷ thứ Hai Mươi

1980 - 2023
Lâm Hoàng Mạnh - Chu Minh Hạnh

RỪNG VÀ BIỂN

1

Người con trai cửa biển
Công tác miền rừng xa
Tháng ngày hằng thương nhớ
Biển lộng ở quê nhà

Hôm nay về ăn Tết
Giữa vùng biển quê hương
Lòng anh sao da diết
Nhớ núi rừng yêu thương

Ước gì Rừng và Biển
Nằm gọn trong lòng anh
Tháng ngày đi công tác
Có Rừng xanh, Biển xanh.
LHM

2

Anh
Một tâm hồn rộng mở
Nên muốn ôm tất cả
Rừng xanh và biển xanh
Nằm gọn trong lòng anh
Có mây, trăng không sáng
Nhạc ru em năm tháng
Anh đừng có xa rừng
Về với biển mênh mông
Sẽ làm đứt chỉ hồng
Mà em se bên gối
Nó không làm lên tội

Biển rộng Rừng cũng rộng
Anh làm sao ôm gọn
Rừng và Biển trong lòng?
Anh có tham lắm không?
Anh có Biển trong lòng
Có đêm nào trăn trở
    bâng khuâng
      than thở
        nhớ Rừng
         nhớ em không?
           CMH

3

Anh
Với tấm lòng rộng lớn
Muốn ôm gọn trong lòng
Rừng và Biển mênh mông
Nhưng anh đâu có hiểu
Có Rừng không có Biển
Gió thổi mây phải bay
Chuyện xảy ra thường ngày
Trăng mờ lại bừng sáng
Nhạc rừng vang năm tháng
Khúc nhạc thật du dương
Thầm thì lời yêu thương

Bên Rừng anh quên Biển
Rừng đã giữ chân anh
Anh đã quên Biển xanh
Để chiều chiều lại nhớ
Tiếng sóng rì rào vỗ
      buâng khuâng
         trăn trở
       anh còn có
        nhớ Biển
         nhớ em không!
CMH

4

Vì lòng tham không đáy
Anh mất Biển lẫn Rừng
Mối sầu thật mênh mông
Những đêm buồn tỉnh lẻ
Ngày và đêm lặng lẽ
Giấu kín tận đáy lòng
Chuyện tình xưa mênh mông
Làm sao mà dám kể
Giữa kinh thành hoa lệ
Chuyện xưa ba chúng mình

Một thời mộng không thành
Biển và Rừng với anh
Để nhiều đêm
      bâng khuâng
           trăn trở
               thầm nhủ
                   Biển và Rừng
                       còn có nhớ
                           anh không?
                           LHM

Hoài Niệm

Chiều nay dạo bãi biển
Em chợt nhớ ngày xưa
Từng đợt sóng đã đưa
Anh và em vào biển

Biển giang tay chào đón
Cả hai đứa chúng mình
Quyện vào nhau cùng sóng
Ánh hoàng hôn lung linh
In cả bóng chúng mình.

CMH

NHỊP ĐẬP CON TIM

1

Anh đến thăm em
Em đang nấu cơm
Anh về
Cơm vẫn thành cơm

Biết đến bao giờ
Anh về
Cơm bén?
LHM

2

    Anh đến thăm em
            hay ghé chơi?
Nồi cơm em nấu
        nước đang sôi
Em lúng túng
        thẹn thùng
Đôi má em ửng đỏ
Tự nhủ mình
        không cho lửa bén nồi
Em bận nấu cơm
Anh vào chơi
        sao anh đứng đó
              mời anh ngồi
Vội vã chi anh
Cơm còn chưa chín
        sao bén nồi?
        CMH

3

Hơn tháng sau
        vô tình
               hay cố tình
                      qua nhà
Bấm chuông
          Reng
               Reng….
Anh
Vào nhà đi
Anh ngồi xuống chơi
Em xin lỗi
        nồi cơm em đang sôi
Băn khoăn tôi tự hỏi
          lần nào
               cơm cũng đang sôi

Em hỏi tôi
        Anh đến chơi
                hay ....
Chuyện trời mây
        mưa nắng
                rộn rã tiếng cười
Chợt có mùi cơm bén
Sao lòng tôi rất vui!
        LHM

CÔ HÀNG XÓM

1

Bóng cô hàng xóm mới bên hiên
Cô mải nhìn ai đứng lặng im
Nắng mới dòm qua khung cửa sổ
Làm tôi ngồi học cũng chẳng yên
LHM

2

Em đứng tựa hiên ngắm nhìn hoa
Lan, cúc thơm hương trước vườn nhà
Sao thấy bên má mình nong nóng
Thì ra người ấy ngó nhòm qua
CMH

3

Bóng hồng nhác thấy từ xa
Tình trong như đã, mặt ngoài còn e
Phải chăng nhà mới dọn về
Cho nên còn phải e dè với anh
LHM

4

Em ngắm nhìn hoa
                    trộm liếc anh
Biết người bên đó vẫn dòm sang
Cầm sách trong tay vờ như đọc
Nhấp nhỏm không yên
                    muốn làm quen
Để đêm đêm
                em vẫn thấy ánh đèn
Ánh sáng lóe ra
                qua khung cửa sổ
Nằm bên mẹ
              em hình dung người đó

Đang miệt mài
    đọc sách, ôn bài
Cho đẹp lòng mẹ cha
    và
      cho cả tương lai
Em thầm ước
    giá ngày mai
      ngày mai…
Em thiếp đi
    vào trong giấc ngủ…
        CMH

ĐỢI

1

Nát cỏ ven đường, sương đầm vai áo
Gió thì thào gió bảo hãy về thôi
Đêm nay chờ mãi một người
Hay là đã phụ những lời thề xưa?

LHM

2

Sách trên tay mà hồn em bay theo gió
Dòng chữ chập chờn như nhảy múa
Đếm thời gian theo nhịp đập con tim
Anh có hiểu
              lòng em bao nỗi khổ
Nghe tiếng anh
              thầm thì trong gió
Gió ơi!
      Nhờ gió nhắn giùm
                đành lỗi hẹn với anh
Em thức trắng
          mấy đêm liền không ngủ
Hiểu cho em anh nhé
Mẹ bệnh hiểm nghèo
              em phải kề bên
                   CMH

3

Trách em, anh thật vô duyên
Nếu anh biết mẹ hiền lâm bệnh nặng
Dù có phải đợi em đến sáng
Anh vẫn chờ
        và
                anh vẫn đợi gặp em
LHM

4

Em nhờ gió nhắn giùm
Sao anh vẫn đợi
Về nhà đi anh
        sương đêm lạnh đẫm vai
Nếu có lòng
        xin đợi đến sớm mai
Qua thăm mẹ
        cho lòng ai vơi sầu tủi
CMH

5

Em nhờ gió
                Sao gió lại ngủ quên
Để anh đợi
                Tim buốt lạnh giá băng
Mắt nhìn xa xăm
              mong chờ ai dần tới
Chợt gió sớm mai
              lay lay gọi
Bừng tỉnh cơn mê
Gió đưa gấp chân anh
              đến tìm em
            và
                thăm gặp mẹ hiền
Bốn mắt nhìn nhau
                nụ cười sao mằn mặn….
                      LHM

VỀ ĐI EM

1

Đêm dài cô gái ngóng chờ ai
Mắt sáng hay sao lạc xuống đời
    Lững thững mây trôi trời lằng lặng
Mơ màng gió động tóc ngang vai

    Đêm đã khuya rồi em đợi ai?
Về đi em hỡi! Đốm sao Mai
    Về đi em hỡi! Trăng gần lặn
Hãy ngủ đi em! Một mộng đời!

    Trời khuya, đường vắng, đêm dài
Về đi em hỡi! Chờ ai ích gì
    Ngàn sao mờ tỏ li ti
Về đi, em hỡi! Ích gì đợi ai!

LHM

2

Gió vờn tóc em
    nói má em ửng đỏ
Trăng nháy mắt cười
    như soi tỏ lòng em
Đêm nay
  lần đầu trốn mẹ
Ra gặp anh
   nên tự thẹn với lòng
Đã hẹn
  mà sao
    anh không đến
Để em một mình
   bên hàng liễu ven hồ
Ngắt từng cánh hoa
    tay hờ hững
      thẫn thờ

Miệng thầm bói
    Tới!
      Không tới!
        Tới!
          Không tới!
Bao cánh hoa rơi
    phủ đầy bên dưới
Cho lòng ai tan nát
    theo cánh hoa
Em ngẩn ngơ
    nhìn trăng thầm hỏi
Em hỏi gió
    gió lắc đầu không nói
Liễu ven hồ cũng rủ bóng đứng im
Chỉ nghe tiếng côn trùng
      rả rích trong đêm

Đêm tĩnh mịch
Nghe tim mình đau nhói
Boong!
    Boong!
        Boong…
Chuông nhà thờ ngân vang
                thúc dục
Trăng chăm chăm nhìn
            lóng lánh giọt sương mai
Hay nước mắt ai
        lăn tròn trên má
Gió nhè nhẹ xoa
Trăng hiền hòa nói nhỏ
Về đi em
    mẹ đang đợi ở nhà
Về đi em
    đêm rồi cũng sẽ qua
Ngày mai trời lại sáng.

            CMH

Hoa Hồng

1

Biết em thích hoa hồng
Anh tìm hái một bông
Giấu trong tận đáy lòng
Để tìm em trao tặng

Đến sớm
        Sợ thày me em mắng
Chờ khuya
        Sợ hàng xóm họ bàn
Em ơi!
        Hoa nở rồi sẽ tàn
Trăng tròn
        Rồi lại khuyết
Không nói ra
        đợi đến thuở nào đây
            LHM

2

Anh
Đã biết hoa nở rồi sẽ héo vàng
Sao anh không trao tặng?
Đã biết trăng tròn rồi lại khuyết
Sao lại đợi trăng lên?
Anh biết
Trăng khuyết rồi cũng lại tròn
Em giờ đã lớn đâu còn thơ ngây
Ánh trăng vuốt mái tóc mây
Long lanh đôi mắt, hây hây má hồng
Bóng anh thấp thoáng ngoài song
Ôm bó hoa hồng là muốn tìm sang
Ngại chi hàng xóm họ bàn
Thầy me em cũng thương chàng cùng hoa
CMH

3

Ngày mai ba má anh sang
Cơi trầu, lễ hỏi đàng hoàng đầu đuôi
Rước dâu là kiệu bốn người
Phù dâu, phù rể toàn người hào hoa
Nam thanh nữ tú con nhà
Danh gia vọng tộc như ta với mình
Đèn lồng rực sáng lung linh
Quan viên hai họ thâm tình kết giao
Niềm vui trong chén rượu đào
Bà con lối xóm ra vào thâu đêm
Chúc cho hai đứa kết duyên
Trăm năm hạnh phúc con tiên cháu rồng
Là điều anh ước em mong
Trời xanh thấu hiểu tấm lòng đôi ta.

LHM

4

Ngày đêm em ngóng, em mong
Buồn vui xáo trộn ngổn ngang trăm bề
Mai ngày anh đón em về
Biết khi nào về thăm mẹ thăm cha
Mai mốt làm dâu người ta
Nếp ăn, nếp ở bên nhà ra sao
Em như tấm dải lụa đào
Ngày mai em đã thuộc vào tay anh

CMH

Ghen

1

Gió hỡi! Đừng hôn mái tóc
Ánh trăng ngời! Đừng tình tự bên em
Nhạc khuya! Xin đừng ru em ngủ
Phải chăng vì yêu quá hóa ghen

LHM

2

Sao lại ghen với gió
Vì gió đâu có hôn
Chỉ lướt qua má thơm
Rồi mân mê làn tóc
Sao anh cầm sách đọc
Quên lãng em kề bên
Nên em nhờ tiếng nhạc
Vào giấc mộng êm đềm

CMH

3

Anh ghen với gió
Vì gió ở bên em
Gió vuốt tóc và hôn lên má
Anh ghen với trăng
Vì được tình tự bên em
Anh ghen tiếng nhạc
Vì được ru em ngủ
Anh ghen với gối
Vì được em ôm
Anh ghen tất cả
Những gì anh không thể
Vì em là tất cả của riêng anh

LHM

Tiểu dẫn: Chu Minh Hạnh một lần đi dạo phố London đột nhiên nghe tiếng gà gáy giữa trưa, sững sờ, ngạc nhiên và chùm thơ tiếng gà ra đời.

TIẾNG GÀ GÁY GIỮA KINH THÀNH LUÂN ĐÔN

Ò ó o o...
Nghe tiếng gà trưa giữa Luân đôn
Lòng tôi sao xuyến lẫn bồn chồn
Đưa tôi trở lại thời thơ ấu
Dưới rặng vườn xưa, mái nhà rơm

Tiếng gà dồn dập ngay giữa xóm
Xa xa lọc cọc tiếng xe bò
Mẹ tôi tất tưởi đi chợ sớm
Gánh rau cho kịp kẻo lỡ đò

Lao xao mấy chị gọi tên nhau
Gồng gồng, gánh gánh bước chân mau
Thoáng chốc không gian về vắng lặng
Tôi lại chìm vào giấc ngủ sâu

Ò ó o o....
Tôi giật mình tỉnh giấc
Vội vội vàng vàng rồi tất bật
Một mạch chạy tới trường
Chuyện ngày xưa
        tuổi học đường....
                Ò ó o o...
CMH

Lên Chuồng

1

Reng reng hồi chuông
Đến giờ lên chuồng
Cục ta cục tác
Gà con nháo nhác
Kiếm chỗ nằm yên
Quên hết ưu phiền
Mẹ gà con gật
LHM

2

Gà con gà mẹ lên chuồng
Mà sao gà bố vẫn còn chưa lên
Mau mau hồn bướm mơ tiên
Sớm mai đủ sức gáy lên gọi trời
Bình minh rực sáng chói ngời
Gà con, gà mẹ liên hồi gọi nhau
CMH

3

Ò ó o o...
Gà gáy bất thình lình
Đang ngủ giật nảy mình
Sao hôm nay gáy sớm
Hở anh chàng gà trống
Tội đáng phạt vài roi
Tha không cho vào nồi
Nhớ chưa, anh gà trống?

CMH

4

Hôm nay anh dậy sớm
Vì anh phải đi bơi
Chữa căn bệnh chây lười
Vậy mong em thứ lỗi
LHM

ĐÊM CÔ ĐƠN

Anh hẹn đến thăm đêm ba mươi
Em biết là anh chỉ rỡn chơi
Vì thế cho nên em không giận
Mà thấy trong lòng vẫn vui vui

Tết rồi cũng đến
Năm cũ trôi qua
Quanh quẩn trong nhà
Làm gì có Tết

Mùng 1
        Mùng 2
                Rồi mùng 3
Valentine day cũng qua
Mỉm cười ôm gấu bông
Trên giường gấu và ta.

CMH

GẤU BÔNG

1

Anh ước là gấu bông
Được em ôm trong lòng
Với tình yêu đích thực
Dù mùa hè, mùa đông
LHM

2

Khe khẽ thôi nghe anh
Đừng đánh động xung quanh
Gấu bông mà thức dậy
Nó giết em lẫn anh

CMH

TRĂNG 14

Ánh trăng vàng nhòm qua cửa sổ
Nhẹ nhàng ve vuốt đôi má em
Nằm một mình mà sao xấu hổ
Phải chăng vì lâu quá hóa không quen

Trăng kéo em về với thời gian
Một thời sôi nổi tuổi thanh xuân
Cũng yêu, cũng nhớ và cũng hận
Rồi kết tơ duyên dệt mộng vàng

Đời em không được đẹp như mơ
Nhiều chuyện xảy ra thật bất ngờ
Giữa tuổi đang xuân sao lẻ bóng
Cuộc sống cô đơn quá sững sờ

Ấy thế mà rồi em đứng lên
Chăm đàn con nhỏ tuổi thiếu niên
Có biết bao đêm ôm gối mộng
Lệ nhòa mí mắt với đêm đen

Em vẫn vững chân giữa cuộc đời
Nhớ nhung, buồn tủi lẫn trong tôi
Tưởng rằng tim ấy không còn đập
Những nhịp yêu thương lúc cuối đời.

CMH

Tranh Hay Ảnh

1

Bức ảnh mà em gửi tặng anh
Sao mà đẹp thế, đẹp hơn tranh
Áo hồng, môi thắm bên hồ vắng
Mây trắng, trời xanh, nước uốn quanh

Thơ thẩn một mình hay đợi ai?
Bên hồ Núi Cốc* đón sương mai
Nụ cười tươi thắm thêm rạng rỡ
Mắt em ẩn hiện bóng chàng trai?

LHM

2

Ngày ấy nơi này rất hoang sơ
Núi thẳm, rừng xanh phủ sương mờ
Mặt hồ thấp thoáng con đò mộng
Hai đứa chúng mình quá ngây thơ

Ấy thế mà rồi cách biệt nhau
Để thương, để nhớ mối tình đầu
Xa nhau, cứ thế xa xa mãi
Chôn chặt trong tim nỗi khổ đau

Hôm nay em lại trở về đây
Cảnh cũ, người xưa vẫn chốn này
Anh đã ngủ yên nơi đất mẹ
Nếu có linh thiêng hãy đến đây

Mỗi lần có dịp thăm cố hương
Dù có xa xôi vạn dặm đường
Thế nào cũng đến bên hồ vắng
Gậm nhấm con tim nỗi nhớ thương

CMH

3

Anh chẳng quan tâm chuyện đã qua
Nghĩ nhiều, nghĩ lắm chỉ chóng già
Hãy sống vì nhau, vì tất cả
Cho đời ta lại được nở hoa.

LHM

**Hồ Núi Cốc, danh lam thắng cảnh
Vịnh Hạ Long của Thành phố Thái Nguyên*

CUỘC SỐNG ĐỜI THƯỜNG

WIFI

1

Wifi giúp ích cho người
Động viên an ủi cho đời lên hương
Wifi kết nối tình thương
Cho đời hoa lá ngày thường dễ quên
CMH

2

Em không vô Zalo
Cũng không hay a-lô
Cũng không chơi Face book
Và cả mạng Tik Tok
Cuộc sống em bình dị
Em chỉ thich Hello

CMH

TẬP YOGA I

1

Lại tập Yoga
Lấy dáng, lấy co
Bây giờ chưa lo
Bắc nồi, bắc chảo
Xào xào nấu nấu
    LHM

2

Tập Yoga không ăn cũng no
Cần gì phải nấu để cho mệt người
   Em đây vốn sẵn bệnh lười
Trời sinh em vậy, ai cười mặc ai.

CMH

3

Đang tập Yoga
Điện thoại reng reng
Làm em ngừng tập
May tim còn đập
Thơ thẩn làm chi
Vào phòng viết đi
Chịu khó sáng tác
CMH

4

Anh đang ngơ ngác
Tìm kiếm nàng thơ
Không biết bây giờ
Trốn đâu không thấy
LHM

5

Nàng vẫn ở đấy
Có chạy đi đâu
CMH

6

Em biết ở đâu
Em thương thì chỉ
Nhưng nhìn cho kỹ
Có phải nàng thơ
Hay mắt gà mờ
Em phải đền đấy
LHM

7

Không được phá quấy
Nàng đang ngủ yên
Trong tim anh đó
CMH

TẬP YOGA II

Em đã nói
Em đang tập Yoga
Đưa chân lên trần nhà
Thử trời cao hay thấp
Phôn
        reng
              reng
Kêu bất thình lình
Khiến chân em rơi gấp
Lại đo đất bao dài
Úi giời!
Rất may tim còn đập
Đã nói đang tập
Nói hoài
        Thật đáng ghét!
        CHM

TỰ SỰ

Không biết vì sao buổi sớm nay
Lòng em rạo rực niềm mê say
Em đi bách bộ qua con phố
Sương sớm khôi nguyên phủ lớp dày

Nhẹ nhàng em dạo giữa công viên
Mặt trời chưa ló, chắc ngủ quên
Gió sớm mơn man, se se lạnh
Như có tay anh vuốt tóc em

Hoa lá cỏ cây đẫm hơi sương
Rung rinh cười đón ở ven đường
Đôi chim thấy động ra khỏi tổ
Chúng cất lời ca thật du dương

Một sớm bình minh quá ngọt ngào
Giang rộng đôi tay đón em vào
Em thấy niềm vui rào rạt đến
Cuộc đời vẫn đẹp lắm hay sao

Em vẫn bước đi giữa cuộc đời
Cuộc đời không phải chốn vui chơi
Vui buồn, sầu hận, may và rủi
Số phận? Hay do ý của trời
CMH

Good Morning Anh

Một ngày tốt lành
Mây trắng, trời xanh
Nắng vàng lung linh
Anh phôn thình lình
Làm em giật mình
Tập Yoga tạm ngắt

Yoga bị ngắt
Em vội tất bật
Quần áo ra ngoài
Mùa hè ngày dài
Đi vài cây số
Ngắm nhìn đường phố
Kẻo anh chê ngố
CMH

BIỂN ĐỜI

Có những điều thầm kín
Đã chôn giấu trong lòng
Biển đời rộng mênh mông
Chứa bao điều bí mật
Dối trá và sự thật
Cùng báu vật trong tim
Đang say giấc ngủ yên
Biển đời trong ta đó.

CMH

Tiểu dẫn: Chu Minh Hạnh và Lâm Hoàng Mạnh đều thuộc bài Đại Hàn của thi sĩ Lê Đạt

ĐẠI HÀN

Chồng cãi nhau với vợ
Cắp chiếu ra nằm riêng
Đêm đại hàn chuyển gió
Cắp chiếu vào làm lành

Chín tháng sau vợ đẻ
Hỏi chồng đặt tên con
Chồng cười như nắc nẻ
Đặt tên nó Đại Hàn

Lê Đạt (Nhân Văn Giai Phẩm)

Một ngày chủ nhật, Chu Minh Hạnh đến nhà con ăn món thịt nướng BBQ, vì quá đà và bài thơ dưới đây ra đời

ĐẠI HÀN BBQ

Không phải đại hàn gió
Mà khiến bụng em to
Tại bữa BBQ quá no
Nhưng sao anh cứ rộ
Để em sợ em lo,
Anh, đồ khỉ gió!

CMH

Giường Đò

Lúc này em vẫn đo giường
Ngoài sân đã thấy ánh dương chói lòa
Tự nhiên nhớ chuyện hôm qua
Không biết mình đúng hay là ngây thơ
Quá no nên thấy mệt phờ
Cái bụng ấm ức vật vờ cả đêm
Sáng nay mắc bệnh "lươi huyền"
Nằm trong chăn ấm cười duyên một mình.

CMH

ĐI CHỢ HOA

Hôm qua em đi chợ hoa
Lang thang từ sáng, chiều tà mới thôi
Sáng nay chân cẳng rã rời
Tinh thần cũng vậy, đứng ngồi không yên
Tự nhiên cảm thấy ưu phiền
Muốn ngủ một giấc cho quên sự đời
CMH

Cô Hàng Hoa

Bên gánh hoa tươi lộng lẫy
Yêu kiều nhan sắc cô hàng
Khách ở đâu đến đầy dẫy
Yêu hoa hay yêu cô hàng
LHM

VƯỜN THƯỢNG GIỚI
SKY GARDEN

Tiếng ai hát chiều nay vang lừng trên sóng
Nhớ Lưu Nguyễn ngày xưa lạc tới Đào Nguyên
(Lưu Thần & Nguyễn Triệu)
Thơ Hoàng Toại
Phổ nhạc Văn Cao

Hai chàng Lưu Nguyễn chuyện ngày xưa
Lạc tới Đào Nguyên quá bất ngờ
Đây suối nước trong, kia hoa nở
Với nàng tiên nữ đẹp như thơ

Đây Vườn Thượng Giới giữa Kinh đô
Ba mươi lăm tầng cao phủ sương mờ
Mái vòm bao bọc ba lớp kính
Có Vườn Thượng uyển đẹp như mơ

Chót vót trên cao chín tầng mây
Phong cảnh ai nhìn cũng ngất ngây
Đây bến Ngự Viên chờ du khách
Ngắm nhìn trần thế qua lớp mây

Thong thả tựa lưng bến Ngự viên
Nhâm nhi ly nhỏ cà phê đen
Hương thơm khác hẳn nơi trần thế
Có khác gì đâu xứ Đào Nguyên

Vườn Thượng Giới tuyệt làm sao
Ngắm nhìn Luân Đôn từ trên cao
Đây chốn bồng lai, kia trần thế
Biệt xa huyên náo với ồn ào

Kinh thành Vương quốc của nước Anh
Trông xuống mà sao đẹp hơn tranh
Đèn màu nhấp nháy như tiên múa
Đây chốn thần tiên ở cõi trần

Chúng tôi viếng thăm Vườn Thượng Giới
Kinh đô hoa lệ của nước Anh
Cảnh đẹp tưởng chừng đang lạc bước
Như hai chàng Lưu Nguyễn
    ngày xưa
      lạc tới Đào Nguyên…
LHM - CMH

Lý Lịch Trích Ngang

Sinh năm Canh Dần
Quê quán Hà Đông
Nhưng không sư tử
Dịu dàng thục nữ
Ấy chính là em
Nếu ai không tin
Gặp em sẽ rõ
Bà con xóm ngõ
Ai cũng quý em
Tính em rất hiền
Nên ai cũng mến
Đôi lời trìu mến
Giới thiệu về em
Ai muốn làm quen
Thông qua Face Book
LHM

ĐẠI DỊCH COVID

Virus SARS -CoV2 -ngày nay gọi Covid19- khởi nguồn cuối tháng 12-2019 tại thành phố Vũ Hán, Trung Quốc. Ngày 09-1-2020 ca tử vong đầu tiên là người đàn ông Trung Quốc 61 tuổi ở Vũ Hán.

Ngày 11-3-2020 Tổ chức Y tế thế giới (WHO) tuyên bố dịch Covid19 là Đại dịch toàn cầu, Ngày 22-3-2020 số ca nhiễm ở Vương quốc Anh lên đến 5.683 và tử vong 281. Sau cuộc họp kéo dài nhiều giờ của Quốc hội, chính phủ Vương quốc Anh tuyên bố phong tỏa (Lock down) ngày 23-3-2020 lần thứ nhất. Ngày 13-6-2023 Bộ Y Tế Vương quốc Anh công bố số người chết vì Đại dịch Covid-19 250 000 người, những người để lại di chứng sau khi mắc bệnh chưa tổng kết được.

Hiện nay dịch Covid19 đã hạ nhiệt, nhưng chưa hoàn toàn chấm dứt, nhân dân trên thế giới vẫn cảnh giác đề phòng con virus nguy hiểm và quái ác này.

Những ngày đại dịch bị phong tỏa cảm nghĩ của chúng tôi được ghi lại với những cảm xúc như sau:

Reality

Life is hard
It's hard and with more limits
Because of the Corona virus
You lost your job
Lost your love one
It's given you more debt
Given you pain
You lost your father
You want to give your mum a hug
But you can't
To show you love
To show you care
You want to share the pain
But with Corona
        you cannot
Life is limited
        and
            so hard.

LHM - CMH

Nhật Ký Dịch Covid 2020 -2021-2022

Đại dịch cho nên phải ở nhà
Quanh quẩn đi vào lại đi ra
Hết ăn lại ngủ rồi ngẫm nghĩ
Thấy mình bỏ phí những ngày qua

Quá sợ cho nên mất tình thần
Cũng chẳng ngó nghiêng chuyện xa gần
Đại dịch cướp đi người bên cạnh
Bạn bè, đồng nghiệp cả người thân

Giật mình như tỉnh giấc chiêm bao
Đại dịch Cô Vy đợt sóng trào
Như chuyện xa xưa thời hồng thủy
Thế giới ngả nghiêng như sắp nhào

Dịch bệnh Cô Vy khắp năm châu
Khiến cho thế giới phải đau đầu
Kinh tế giảm suy bao thiệt hại
Lại thêm lũ lụt ở Â châu

Bên cảng Beirut thật kinh hoàng
Hàng trăm thân thể bị tiêu tan
Hàng nghìn gia đình không nhà ở
Thiên tai, dịch bệnh thật hoang mang

Mười bốn tuần qua nhốt trong nhà
Con cháu ở gần mà hóa xa
Muốn đến thăm nhau, nhưng nghiêm cấm
Bạn bè thân thiết cũng cấm qua

Điện thoại là vật bất ly thân
Con đường duy nhất để hỏi thăm
Mọi việc thông qua chàng điện thoại
Học hành, làm việc cũng online

Tầu xe tạm thời ngưng hoạt động
Số người mắc bệnh tăng rất nhanh
Bệnh viện nhiều nơi đang mở rộng
Đường phố, công viên thấy vắng tanh

London Lock Down II

Hôm nay em lại thấy buồn
Trói mình trong bốn bức tường nữa thôi
Hoa đang tàn, lá rơi rơi
Mùa thu đang tới dòng đời không vui
Thu về đẹp lắm ai ơi
Lá vàng vàng lắm, đông thời sẽ qua
Lock down nên phải ở nhà
Giải buồn chỉ biết nhìn ra ngoài đường
CMH

MẮC CÔ VY

May mắn cho ai không cô đơn
Có đôi, có bạn được chăm nom
Hãy yêu, hãy quý và trân trọng
Giây phút bên nhau lúc sống còn

Đã hơn nửa năm rồi
15 ngàn người nhiễm
700 người qua đời
Cô Vy sống cùng người
Dịch bùng phát khắp nơi
Châu Âu lên cơn sốt
England chia 3 lớp (Tier)
London in Tier 2
Sao gặp con bây giờ
Tier 3 không được đến
Biết bao giờ mới hết
Đại dịch Cô Vy ơi!

Mùa Giáng Sinh tới rồi
Ta làm sao xum họp
Lệnh không được tụ tập
Không gặp gỡ thăm nom
Cha mong ngóng mỏi mòn
                    nhớ con từng ngày
                            ông nhớ cháu
Nhưng con ơi đừng đến
Cha biết mình bị nhiễm
Những cơn ho lại đến
Ho - thăm cha hàng ngày
Trùm chăn bông vẫn lạnh
Nóng như nằm trên than
Ho đau thắt ruột gan
Lồng ngực muốn vỡ tan
Tim cha như ngừng đập

Khi cơn đau lắng xuống
Cha nhớ cháu, nhớ con
Mong cho chúng bình an
Cha "tự giam" trong nhà
Sau một tuần trôi qua
Sức cha dần dần kiệt

Cha ơi!
Tha thứ cho con
Đạo hiếu con không tròn
Con đắc tội với cha
Chỉ vì dịch Corona
10-2020 - CMH

VIỆT NAM VÀ CÔ VY

Chém Gió

1

Ông Nguyễn Xuân Phúc
Thủ tướng Việt Nam
Chê nước Mỹ toang
Phòng chống Covid

Ông Phúc chém gió
"Cột đèn Hoa Kỳ
Nếu nó biết đi
Sẵn sàng vượt biên
Trốn sang Việt Nam
Xứ sở thần kỳ
Phòng chống Cô Vy
Bậc thày thế giới!"
14-4-2020

2

Ông Nguyễn Minh Triết
Chủ tịch Việt Nam
Cuba mời thăm
Không quên chém gió

Cuba là anh
Anh ngủ em canh
Anh canh em ngủ
Một lò chém gió
Thời đại @ còng
Bó tay chấm com
Các ông cộng sản.
6-2020
LHM

MÙA THU ĐẾN

Anh có nghe thấy gì không
Tiếng lá khô rơi ..
                rơi…
                      ròn tan
                            vỡ dưới chân
Tiếng gió lạnh thì thầm
                    trong chiều vắng
Thu đang đến
        và
              Thu lại đi
Mưa vẫn rơi rầm rì
Như bao mùa Thu trước
Thu vẫn thầm thì
            nhắc nhở
                  đến và đi

Mùa thu này Cô Vy
Cướp đi bao mạng người
Lá thu vàng vẫn rơi
Tiễn đưa người đã khuất
Mưa thu rơi rả rích
Nghe như mưa trong lòng
Bao hy vọng chờ mong
Không như mùa thu trước.

CMH

London Lock Down Easy
(15-6-2022)

1

Mặt trời lên cao bằng con sào
Em vẫn mơ màng giấc chiêm bao
Nắng luồn khe cửa vờn mái tóc
Nắng lướt qua môi chạm má đào

2

Dậy đi em! Tỉnh dậy đi em
Anh sẽ cùng em đi dạo chơi
Shopping mở cửa người mua sắm
Công viên nhộn nhịp trẻ nô cười

3

Mười bốn tuần qua bị lock down
Đất nước chìm trong cảnh nghẹn ngào
Bản tin trong nước và thế giới
Đưa những tin buồn, nỗi khổ đau

4

Đại dịch Cô Vy thật bất ngờ
Thế giới cũng trong cảnh thẫn thờ
Không biết từ đâu con virus
Giết chết người già lẫn trẻ thơ

5

Hàng ngày theo dõi những bản tin
Số người mắc dịch được đưa lên
Em còn cẩn thận ghi chép nữa
Con người bất hạnh đến khó tin

6

Siêu thị cũng như các nhà hàng
Tầu xe, bến cảng như nhà hoang
Bệnh viện đầy người đang thở máy
Nghĩa địa không còn chỗ xe tang

7

Mọi người phải thực hiện 5 K
Khẩu trang, Khử khuẩn, Không được ra
Không đứng gần nhau và không được
Trốn tránh tiêm phòng lệnh quốc gia

8

Mười bốn tuần qua bị lock down
Cuộc sống bình yên bị lật nhào
Vui ít buồn nhiều ngày nối tiếp
Chẳng ai đoán được sẽ ra sao

9

Đột xuất hôm nay đón tin vui
Đại dịch Cô Vy lắng xuống rồi
Luân Đôn bỏ lệnh ngày phong tỏa
Anh khoác tay em ta dạo chơi.

CMH

Tuyết Cuối Mùa

Nơi xứ sở mù sương bao phủ
Nắng xuân về như nhắc nhủ lòng em
Gợi nhớ,
      gợi thương
Em nhìn nắng
      em buồn
Nắng hàn đới khó tan sầu đông giá
Gió thổi
      tuyết bay
            bay...
                  phủ đầy hoa lá

Tuyết rơi trên má
              đọng trên môi
Nếu anh là những bông tuyết rơi
Em giữ mãi
         trên làn môi lạnh giá
Ngày xưa
         nơi tuyết không rơi
Chỉ có gió núi,
            mưa rừng
                  nhưng
                        em có anh

CMH

Cup Of Boiling Water

Nước sôi trong trắng
Dễ in bóng trăng rằm
Cà phê đen và đắng
Trăng nào muốn hiện lên

Chiếc cốc trong tay em
Màu xanh mát dịu êm
Có ánh trăng sáng tỏ
In hình bóng của anh.
CMH

Phó Nháy Với Dịch Cô Vy

1

Xuân đã qua nhanh
Cây phủ màu xanh
Hè đang vội tới
Hoa sao nở vội
Hoa nở cho ai
Cô Vy đứng ngoài
Rập rình gõ cửa
Chẳng ai dám tới
Để ngắm hoa cười
Trong căn nhà nhỏ
Chỉ có mình tôi
Hết đứng lại ngồi
Mọi người đều rõ
Vì dịch Covid hoành hành
Cho nên tôi chỉ loanh quanh trong nhà

CMH

2

Nay dịch đã qua
Tôi ra khỏi nhà mang nỗi vấn vương
Hoa khoe sắc thắm, đua hương
Đưa tôi lạc bước vào vườn cùng hoa
Mải mê quên cả đường xa
Ngắm ngắm
    chụp chụp
       mắt hoa
          chân chồn
Tiếng ai khe khẽ nhắc thầm
Ông ơi! Tôi vẫn đợi cơm ông về
Giật mình như tỉnh cơn mê
Suýt rơi máy ảnh
      thôi
         tôi phải về
Bà xã đang đợi
     mâm cơm đang chờ
          CMH

Mưa Xuân

Gió lạnh mang mưa bụi đến gần
Mưa bay lả lướt
              là mưa xuân
Mưa cười
        mưa múa
              theo chiều gió
Mưa vẫn mưa xưa
            tuổi học trò
Bốn mươi ba mùa xuân trên đất lạ
Bốn mươi ba lần đón giao thừa
Mỗi mùa xuân qua
            thêm một tuổi
Thêm tuổi
       thêm vui
            mùa xuân ơi!

CMH

HÈ SANG

Anh hỏi em
          có buồn
                    khi Đông tới?
Em hỏi anh
          có nhớ
                    khi nắng gọi
                              hè sang?
How do you fell
                mỗi buổi tan trường
Feeling lonely
            miss me
                or not?

Hè đến làm chi
        cho anh đau
                em sót
Cho nhớ thương
        hoa phượng vĩ năm nào
Hè xưa
      phượng đỏ sân trường
Hè nay xứ lạnh
      Phượng buồn nhớ ai?

CMH

TÌNH ĐỜI

Khi bên nhau
         Sao thờ ơ lạnh nhạt
Oán trách
         Giận hờn
                 Dằn vặt ai ơi!
Để khi xa
         Tiếc nuối khôn nguôi
Lại ước muốn
         Thời gian quay trở lại
Đi dưới trời tuyết lạnh
         Mới thèm ngày nắng ấm
Có xa nhà
         Mới thấy thấm tình thân
Khi cô đơn
         Cần chăm sóc ân cần
Khi đau khổ
         Thèm người thân bên cạnh

Tất cả đều quá nhỏ nhoi
                    đơn giản
Quá đỗi bình thường
             như gió thoảng
                    mây trôi
Nhưng chỉ có ai xa xứ
             sống quê người
Mới thấu hiểu
        đơn giản
            mà xa xôi
                vời vợi…
                  CMH

CẢM ƠN ĐỜI, CẢM ƠN NGƯỜI CẢM ƠM VƯƠNG QUỐC ANH

Sáng nay thức giấc
         nghe lá trên cây thì thầm
                  to nhỏ
Cây bên nhà rung rinh
         theo chiều gió
Mấy chú chim non trong tổ
         cựa mình
Bên ngoài
     chim đua nhau hót
         chào bình minh
Hay chúng gọi nhau
         tình tứ
         trao duyên
Sunday morning
     thật êm đềm

Không gian quanh ta
           vẫn im lặng
                     bình yên
Thoang thoảng hương cỏ non
                  nhè nhẹ
                     đâu đây
Hay hương trong tâm hồn
                buổi sớm nay
Tiếng chuông nhà thờ
           âm vang
                  vọng lại
Dãy núi xa xa
        nhấp nhô
              khi tỏ
                  khi mờ
Mây như dải lụa hồng
            lượn ngang
                  tháp chuông nhà thờ

HOÀNG HÔN

Ông mặt trời từ từ
    tỉnh giấc
Chúng tôi cảm ơn Đời
    đã cho chúng tôi ngày mới
Một buổi sớm đẹp vui
    trên quê hương
       Anh quốc của chúng tôi
Cảm ơn Người
Cảm ơn Vương quốc Anh
    đã cưu mang chúng tôi
       từng ấy năm trời...

Lâm Hoàng Mạnh - Chu Minh Hạnh
Mùa Hạ 2023
Kinh thành Luân Đôn hoa lệ

MỤC LỤC

LỜI NÓI ĐẦU 7
1. LÝ DO TY NẠN VƯƠNG QUỐC ANH 11
2. ÔN CỐ TRI TÂN 12
3. RỪNG VÀ BIỂN 17
4. HOÀI NIỆM 24
5. NHỊP ĐẬP CON TIM 25
6. CÔ HÀNG XÓM 29
7. ĐỢI 34
8. VỀ ĐI EM 39
9. HOA HỒNG 43
10. GHEN 47
11. TIẾNG GÀ GÁY GIỮA KINH THÀNH LUÂN ĐÔN 50
12. LÊN CHUỒNG 52
13. ĐÊM CÔ ĐƠN 56
14. GẤU BÔNG 57
15. TRĂNG 14 59
16. TRANH HAY ẢNH 61

CUỘC SỐNG ĐỜI THƯỜNG 65
17. WIFI 65
18. TẬP YOGA I 67
19. TẬP YOGA II 72
20. TỰ SỰ 73
21. GOOD MORNING ANH 75
22. BIỂN ĐỜI 76
23. ĐẠI HÀN 77

24. Đại Hàn BBQ	78
25. Gương Đò	79
26. Đi Chợ Hoa	80
27. Cô Hàng Hoa	81
28. Vườn Thượng Giới Sky Garden	82
29. Lý Lịch Trích Ngang	85

Đại Dịch Covid — 86

30. Reality	87
31. Nhật Ký Dịch Covid 2020-2021-2022	88
32. London Lock Down II	91
33. Mắc Cô Vy	92

Việt Nam Và Cô Vy

34. Chém Gió	95
35. Mùa Thu Đến	97
36. London Lockdown Easy (15-6-2022)	99
37. Tuyết Cuối Mùa	108
38. Cup Of Boiling Water	110
39. Phó Nháy Với Dịch Cô Vy	111
40. Mưa Xuân	113
41. Hè Sang	114
42. Tình Đời	116
43. Cảm Ơn Đời, Cảm Ơn Người Cảm Ơn Vương Quốc Anh	118

Cùng Một Tác Giả
Lâm Hoàng Mạnh

1-Buồn vui đời thuyền nhân. Hồi ký NXB Tiếng Quê Hương 2011

2-Thành ngữ Tục ngữ Anh - Việt Việt - Anh NXB Nhân Ảnh 2012

3-Đời tư Mao Trạch Đông của Lý Chí Thỏa dịch chung với Nguyễn Học NXB Nhân Ảnh 2013

4-Hồ chí Minh - Chân dung một cuộc đời của William J. Duiker dịch chung với Nguyễn Học. NXB Nhân Ảnh 2014

5-Những lựa chọn khó khăn của Hillary Clinton NXB Nhân Ảnh 2016

6-Còi Không Hụ Du Ký NXB Nhân Ảnh 2018

7-The Sorrow and Happiness of the Boat people NXB Nhân Ảnh 2022

Nhân Ảnh
2023

Liên lạc tác giả:
Email: ....

**Liên lạc Nhà xuất bản
Nhân Ảnh**
E.mail: han.le3359@gmail.com
(408) 722-5626

www.ingramcontent.com/pod-product-compliance
Lightning Source LLC
Chambersburg PA
CBHW021954090426